SI DAVID AT SI JACKO
ANG DIYOS NA LANGGAM

SI DAVID AT SI JACKO
ANG DIYOS NA LANGGAM

SI DAVID AT SI JACKO: ANG DIYOS NA LANGGAM
(Filipino Edition)

Ang librong ito ay lisensiyado para sa personal na paggamit lamang. Para sa electronikong pormat, hiwalay na kopya ay kailangan bilhin para sa bawat taong gustong bahagian ng kwento. Ni ang may akda o ang may lathala ay hindi responsable sa pag-aalaga sa librong ito. Ilan o lahat ng mga materyal sa aklat na ito ay maaaring kathang-isip lamang at para sa mga layuning legal ay nararapat lamang na ang aklat na ito ay tratuhin bilang libangan lamang at hindi para sa pagtuturo.

Copyright © 2013 David Downie. Reserbado ang lahat ng karapatan.
ISBN: 978-1-922237-04-0
Isinalarawan ni: Tea Seroya

Bumisita sa website ng may akda: www.davidjdownie.com

Tingnan ang iba pang aklat ng may akda sa pahinang Amazon **Best Selling** Author: www.amazon.com/author/bestsellers

Inilathala ng: Blue Peg Publishing

Kung ang nabili mo ay ang bersyong ebook ng aklat na ito, mangyaring isaalang-alang din na bilhin ang naimprentang bersyon kung ikinatutuwa ng iyong pamilya ang pagbasa ng ebooks.

ANG MGA LUMILIPAD NA LANGGAM

Sila ay saanman sa buong bahagi ng aking katawan. Nakakayamot sa umpisa, ang mga ito ay umaakyat at bumababa sa aking mga braso, mga binti at katawan. Kinakagat nila ako. Sinubukan ko itong patalsikin ngunit ang mga braso ko ay nakabihag at masyado na itong marami.

Ito ay mga langgam. Sa aking mukha. Gumagapang ito sa aking mga tainga. Sinimulan nila akong kagatin saanman sa buong katawan ko habang sila ay aking kinakalmot. Ang bawat kagat nila ay parang asido sa sakit.

Pinawisan ako sa takot nang ako ay nagising. Nakahiga ako sa aking kama at madilim pa. Naupo ako ngunit sa aking agaw-tulog na estado, hindi ko alam kung ano ang nangyayari. Sa aking isip ay mayroon akong isang kalagim-lagim na panaginip na kinakain ako ng buhay ng mga langgam.

Sumandal ako sa gilid ng kama at binuksan ko ang ilaw ng lampara upang mapanatag ang aking sarili. Puno ng langgam ang aking kama! Namimilipit na mga masang itim na ito kung saan ako natutulog.

Hindi pala ito isang panaginip. Talagang kinakain nila ako ng buhay!

Mabilis akong bumangon mula sa kama at tumakbong pababa ng pasilyo, hindi makagalaw at ang pakiramdam ko ay magkasingtulad sa isang hayop na nanganganib na kainin ng ibang hayop.

Namalagi ako ng ilang sandali sa ibaba ng pasilyo upang huminahon. Sinundan ako ni Jacko, ang aking maliit na aso, mula sa labas ng aking kwarto.

Siya ay tila nababaghan sa akin at kinamot ko na lang ang kanya ulo upang libangin ang aking sarili.

"Halika kaibigan," ang sabi ko. "Iyon ay nakakakilabot. Ano ang ginagawa ng mga langgam sa aking kama?"

Napatingin lamang si Jacko sa akin. Hindi siya mukhang kumbinsido.

Mabagal akong naglakad pababa ng pasilyo habang nasa likuran ko si Jacko. Napatigil ako sa may pintuan ng aking silid upang buksan ang pangunahing ilaw.

Walang laman ang kama. Walang kahit na isang langgam na makita.

Nakatayo ako doon, nalilito. Tila ito ay totoo. Ang ilan sa mga kagat ay mahapdi pa din, o tila kaya. Marahil wala na ako sa aking katinuan.

Naisip-isip ko na mas mabuti na hindi ko na ito banggitin pa sa aking mga magulang, nang patayin ko ang ilaw sa silid-tulugan at bumalik sa aking higaan. Salamat naman at ang lampara sa tabi ng aking kama ay nakabukas pa rin. Aking pinlano na panatiliin itong nakabukas dahil ako ay nangangatog pa.

Habang palapit ako sa aking kama at pahiga na, napansin ko ang dalawa o tatlong maliit na itim ang hugis sa kutson noong ginalaw ko ang kobre kama.

Ano ang. . .?

Naisip-isip ko na marahil ito ang sanhi ng aking kalagim-lagim na panaginip. Inanigan ko ito nang malapitan. Mukha itong mga langgam, ngunit ito ay may mga pakpak.

Sa isip-isip ko lang, walang pakpak ang mga langgam. O mayroon kaya?

Habang ako ay nagninilay-nilay, lumabas ang mga langgam at lumipad palabas ng aking bintana.

Si Jacko at ako ay nagkatinginan at nabigla ng isang sandali bago ko naisara ng mahigpit ang aking mga bintana at sinubukang matulog ng buong gabi habang nakabukas ang ilaw.

KAGULUHAN SA LUPA NG MGA LANGGAM

Noong ako ay nakabangon na, mainit ang aking ulo at ako ay balisa. Hindi ito nakaabala kay Tatay, bagaman may ginagawa siya sa likod-bahay na may malalakas na ingay.

Bang, bang, bang!

Mayroon siyang minamartilyo at iyon ang pagkakataong na aking kailangan pagkatapos ng hindi pagkakaroon ng mahimbing na pagtulog kagabi. Binigyan ako ni Lolo ng maliliit na martilyong laruan noong ako ay musmos pa ngunit ang unang bagay na minartilyo ko ay ang aming bagong TV. Hanggang ngayon ipinakikita pa ni

Nanay sa aming mga dumadalaw na bisita ang mga bubog ng salamin nito.

Noong natagpuan ako ni Tatay na nagmamartilyo ng pako sa outlet ng koryente nang kinuha niya ang martilyo at inilayo ito sa akin at simula noon lumayo na ako sa pagkakarpinterya.

"Mga madudugong langgam!"

Kinakausap ni Tatay ang kanyang sarili ngunit naagaw nito ang aking interes. Pinagtatakahan ko kung ano ang kaguluhhan tungkol sa mga langgam matapos ang aking munting pakikipagsapalaran kagabi.

Pumunta ako sa likod-bahay sa pamamagitan ng butas sa pader na kung saan nakapuwesto noon ang aming pugon at napatingin si Tatay mula sa kanyang bangko.

"Tingnan mo ang mga madudugong ito," nasabi niya habang nakaturo sa isang linya ng itim na langgam na galing sa iba't-ibang lugar sa hardin at dumadaan sa kanya.

"Nagsimula itong gumapang sa aking paa," sabi niya. "Mga munting pulubi."

Isa itong tanawin. Tila ang lahat ng mga langgam sa aming hardin ay lumalabas mula sa kanilang mga tinataguang lugar—ang mga imburnal, mga hardin, sa ilalim ng barbecue—at magkasamang patungo sa isang uri ng pakikipagsapalaran.

"Minsan ay lumilipat ang mga langgam kapag umuulan," sabi ni Tatay. "Ngunit hindi pa ako nakakakita ng anumang katulad nito."

Ako man ay hindi pa. Ito ay kakaiba ngunit wala na akong oras para mag-isip tungkol sa mga bagay na ito dahil huli na ako sa pagpasok sa paaralan. Kinuha ko ang aking bisikleta mula sa gilid ng bahay at dumako na ako sa aking normal na ruta. Sumunod sa akin si Jacko, na minsan ay ginagawa niya ito at hindi palagian at minsan ay kinukulong siya sa isang hawla ng tagapaglinis ng paaralan.

Matapos ng isang sandali ay naging malinaw na ang mga isyu tungkol sa langgam ay hindi lamang limitado sa aming likod-bahay o sa aking kama. May mga maliliit na itim na umaagos palabas sa bawat bahay, kung saan ito ay nagsasama hanggang sa pangunahing agusan na kung saan ito ay medyo masikip na. Tulad ito ng isang network na daanan ng mga langgam na nagsasama-sama papunta sa highway sa tugatog na oras.

At sa mga hitsura ng mga ito, ang highway ay patungo sa mga puno sa paligid ng paaralan.

Nagtaka ako kung may isang malakas na bagyo na parating.

Normal ang aming klase. Si Gng. Bryce muli ang aming guro at natawa siya at humiling sa amin na magsulat ng mga kuwentong madilim at nakakatawa. Sinulat ko ang tungkol sa malayong lupain na may mga nakatirang nilalang na nabubuhay sa pamamagitan ng pagsipsip ng mga mata ng mga langaw.

Sa tingin ko at nagustuhan niya ito.

Naging kakaiba pa ito sa mga oras na nananghalian ako. Ang mga agos ng langgam ay tila nakarating na sa paaralan. Ito ay nasa lahat ng dako. Tinatadyakan ito ng ilang mga bata at sila ay tumatawa na sa tingin ko ay medyo nakakatawa nga bagaman hindi talaga itong nakakatawa dahil nakakain ang isang bata ng sandwich na may langgam at napasukan din ng langgam ang pantalon ng isang pang bata.

Marahil ay mayroon na kaming napisa na mga 10,000 sa mga ito habang pababa kami sa obalo upang maglaro ng soccer.

Hindi naman masyadong marami ang mga langgam sa paibaba kaya walang problema sa simula ng aming laro. Ang isa sa mga guro na si G. Motcher ang naging reperi namin at mahusay ang kanyang pagtatrabaho hanggang pumito siya habang ako ay nakamamanghang tumatakbong mag-isa at malapit na makapuntos.

"Ano ba naman ito, G. Motcher?" sinabi ko na may kabiguan.

Inagaw ni G. Motcher ang bola mula sa lupa at inilapit ito sa kanyang dibdib.

Tumakbong papasok ang isang langgam sa isang butas ng kanyang ilong at lumusot sa kabilang butas.

Ito ay bahagyang nakakadismaya.

"Ikaw, binata, nahawakan mo ang bola ng iyong mga kamay."

Nang tumutol ako sa kanya, lumabas ang isang langgam sa gilid ng kaliwang mata ni G. Motcher. Hindi niya ito napansin—alinman sa mga langgam o sa aking mga paghiling sa bola.

Sa ngayon sapat na ang aking nadama. Malakas na sinipa ng aking paa ang bola at determinado na ipagpatuloy ang ginagawa sa field at makatamo ng puntos na ipinagkaila sa akin.

Talagang malakas.

Sa kasamaang palad, sa halip na mahampas ang bola sa kamay ni G. Motcher, kinapos ng sipa ang aking paa at... sa halip ay natamaan ko si G. Motcher. Talagang malakas ito. Natamaan ko ang parte kung saan hindi niya nais na matamaan. Hindi, hindi dapat sa parte na ito.

Ito ay isang aksidente. Ngunit mukhang hindi ito pinansin ni G. Motcher. Sa halip ay napasigaw siya at agad na hinimatay sa soccer field sa tindi ng sakit.

"Downie," binulong niya, may mga langgam na lumalabas sa ng kanyang bibig at papunta sa kanyang baba, "pagbabayaran mo ito. Lahat kayo mga bata. Pagbabayaran ninyo ito, nangangako ako."

Dinilaan niya ang mga langgam pabalik sa kanyang bibig at tila nasiyahan siya sa kanyang sarili.

Sa ngayon ay tumakbong palabas si Jacko at sumali sa amin sa gitna ng obalo. Siya ay tumahol at medyo nabalisa. "Oo, oo kaibigan," sinabi ko. "Alam ko, hindi ito tama ngunit siya ang guro. Hindi ko siya dapat sinipa, lalo na doon."

Higit pang tumahol si Jack at ito ang dahilan kung bakit tiningnan ko si G. Motcher na nakahiga pa rin sa lupa.

Mayroong itim na pader na may isang pye ang taas na napapaibabaw mula sa palaruan papunta sa obalo. Patungo ito sa akin. Ito ay itim, tulad ng agos ng langgam sa lupa, maliban lamang na ito ay umaalon, tulad ng alon sa dagat na bahagyang mabilis ang pagsulong na patawid sa damuhan.

Kung hindi ko alam kung ano ang mga ito, masasabi ko na ito ay isang pader ng mga langgam.

Nagsimulang tumawa si G. Motcher mula sa lupa. Lumabas ang mga langgam sa kanyang bibig papunta sa damuhan tulad ng ginawa niya.

"Downie, sinabi ko sa iyo na magbabayad ka."

Paano ba ito naging posible? Hindi ko nais manatili upang malaman pa ito. Nagsimula akong tumakbo patungo sa dulo ng obalo. Nagkaroon ng isa pang suson ng mga langgam sa lupa na tila lumalaki at nagiging mas balisa.

Sa ngayon, napansin na ito ng ibang mga bata at nagsisimula na silang masindak. Ang isa ay nadapa at sa loob ng ilang segundo siya ay humihiyaw at nabalutan ng langgam.

Wala akong pahanon na tumigil. Lalong nagiging pahirap at pahirap ang pagtakbo dahil ginawa itong madulas ng mga langgam. Kailangan kong kunin si Jacko o ang kanyang maliit na paa ay mababalutan nito.

Nakarating kami sa aming silid-aralan at kinandado namin ang pinto sa likuran. Sa pagod, tumigil ako ng isang sandali upang mabawi ang aking hininga.

Walang tao sa silid maliban kay Gng. Bryce na nasa tabi ng bintana at maputla na parang kulay patay.

Walang imik, hinawakan niya ang kanyang braso upang makaturo ito sa labasan.

Naghari ang kaguluhan ng mga langgam. Ang itim at lungga ng masa ay nasa lahat ng dako. Ang mga mag-aaral at mga guro ay nababalutan ng mga langgam, humihiyaw para sa kanilang buhay. Naitaas ng isang batang lalaki ang kanyang sarili sa isang monkey bar ngunit ang kanyang mga nakalawit na paa ay mapula't sariwa na inaatake ng libu-libong mga langgam, kung saan ang bawat isa ay nagbibigay ng maliit na kagat sa kanya.

May isa pang batang lalaki mula sa ika-anim na baytang na nadapa at agad kinuyog ng rumaragasang palapag ng mga langgam. Sa loob ng tatlumpung segundo, nagngangalit ang kanyang pagkilos at ang kanyang mga braso at mga binti ay kumikilos sa iba't-ibang direksyon ngunit sa kalaunan ay napayapa na siya. Wala na siyang mga bakas matapos na iyon. Linunok na siya ng karimlan.

Ang batang lalaki sa monkey bar ay nasa masamang kundisyon. Napatingin ako muli sa kanya dahil sa kanyang mga hiyaw ngunit sana pala ay hindi ko na ito ginawa. Hindi siya bumibitiw ngunit nakikita na ang ilang parte ng mga buto sa kanyang mga paa. Unti-unting kinakagat ng mga langgam ang laman nito habang siya ay humihiyaw at kumakapit para sa kaligtasan ng kanyang buhay.

"Si Mark iyon. Nagturo ako sa kanya noong nakaraang taon," sabi ni Gng. Bryce na may matinding dagok.

Binuksan ko ang isang louver at sumigaw.

"Mark, kaibigan! Kumapit kang mabuti kaibigan. Pupuntahan ka namin para kuhanin ka!"

Biglang humina ang hiyaw ni Mark at malatang kumapit na lamang siya. Minsan ay mayroon akong nabasa tungkol sa isang tao na nasa labas ng isang eroplano noong ito ay nagtake off at kumapit siya sa landing gear ng ilang oras para hindi siya mahulog at tuluyang mamatay. Noong siya ay dumaong, tila hindi na siya makabitiw. Ang bawat onsa ng kanyang pagkatao ay napunta sa paglock ng kanyang mga braso at ito ay nanatiling naka-lock kahit na siya ay nawalan ng malay dahil sa kakulangan ng oxygen.

Marahil ay ganoon na din si Mark.

Iniwan na siya ng mga langgam marahil dahil wala ng natitirang makakain sa kanyang mga paa. Ganap na nabalatan na nito ang lahat ng laman at nakikita na ang kanyang puting buto na malinis na dinidilaan ng apat o limang mga gumagala at malinaw na nagustuhan ng mga ito ang kanilang gawain at isipin na lamang natin na tila ito ay mas mabibilog para sa alam nating mga langgam.

Ang pumupulupot na kaitiman sa buong palaruan na tulad ng isang makapal na kumot ay biglang natigil. Nagkaroon ng katahimikan. Walang gumalaw na langgam. Tahimik na gumalaw si Mark pabalik at pasulong sa monkey bar, wala na siyang paa.

Pagkatapos ay nagkaroon ng tunog ng mga kumakaluskos na dahon at nabaling maliliit na sanga. Nagsimulang mahina ngunit palakas ito nang palakas. Tila nagmumula ito sa obalo.

Kinapos ng hininga si Gng. Bryce. Si G. Motcher ay papalapit sa silid-aralan na tiklop ang mga braso habang siya ay nakatayo na nakaangat sa lupa sa umaandar na platform ng mga langgam tulad ng isang salamangkero sa isang magic karpet. Siya ay mukhang mayabang.

Napaungol si Jacko sa takot.

ANG DIYOS NA LANGGAM

Lumutang si G. Motcher patungo sa amin sakay ang kanyang gumagalaw na platform ng mga langgam. Habang palapit na siya, nakita ko kung paano nag-lock ang daan-daang libong mga langgam upang bumuo ng isang solidong bloke na sinusuportahan ng mga milyon-milyong maliliit na itim na speks, na magkasamang nagtratrabaho.

Huminto si G. Motcher sa labas ng silid-aralan, lumilipad-lipad, habang ang mga langgam ay gumawa ng kakaibang kaluskos na tunog na kanina pa namin narinig. Sa bawat sandali namamasdan ko na parami nang parami sa kanila ang sumasama sa gumagalaw na platform.

Pagkahinto para sa kung sa ano pang mala-dramang epekto, nagsalita si G. Motcher.

"David, alam mo, nakikita kita sa may bintana. Ikaw din, Gng. Bryce. Ang maliit na ulol na si Jacko ay walang dudang nasa isang lugar, nagtatago, inaasahan ito mula sa isang nilalang na higit pa sa daga kaysa sa aso."

Tumingin ako sa ibaba. Si Jacko ay nagtatago. Hindi makatarungan na tawagin siyang daga.

Lumingon si Gng. Bryce at bumulong sa akin.

"Alam ko na laging hindi tama ang taong ito. Nagpunta ako sa paaralan na kasama siya, isang milyong taon na ang nakakaraan. Wala siyang mga kaibigan noon at hanggang ngayon. Para siyang naglilimos kung siya ay makakakuha ng isang imbitasyon sa salu-salo ng mga kawani sa taon na ito."

"Narinig ko iyon Gng. Bryce—o dapat ko bang sabihin, Rae?" sigaw ni G. Motcher mula sa kanyang langgam na platform.

Tiningnan ko ang aking guro. Rae?

Nagpatuloy si G. Motcher.

"Hindi tama na sabihing hindi ako nagkaroon ng anumang mga kaibigan. Hindi ito totoo! Palagi akong may mga kaibigan, milyun-milyong na mga kaibigan. Tumingin ka sa akin, Rae. Ito ang aking mga kaibigan. Mula pa noon, ang mga langgam ay aking mga kaibigan kapag walang sinuman na nagnanais na maging kaibigan ako. Sila ay nakikinig sa akin. Ginawa nila ang aking mga sinabi. Ginagawa pa rin nila kung ano ang sinasabi ko!"

Matapos iyon, umangat siya sa hangin nang mas mataas pa hanggang napaibabawan na kami at ang mga langgam ay walang kahirap-hirap na sumusuporta sa kanya. Sila ay higit pa sa nabibilang ngayon, walang limitasyon, kumukulo sa galit, mga maiitim na masa na humahawak sa kanya sa hangin at tila ginawa ang kanyang mga utos.

Siya ay tumingin sa paligid sa lahat ng mga ito at matagumpay na itinaas ang kanyang mga braso.

"Mga kaibigan," sinabi niya.

"Mga kaibigan at mga anak."

Sa gayun ang mga langgam ay umakyat papunta sa kanilang platform at patungo kay G. Motcher. Sa loob ng ilang sandali nabalutan nila ang kanyang mga paa, at pagkatapos ay ang kanyang katawan, ang kanyang nakaunat na braso at pati na din ang kanyang mukha.

Nabalutan na si G. Motcher ng mga langgam at hindi na makikilala bilang tao. Tumawa siya. Ang kanyang mga ngipin at dila ay nababalutan din ng langgam. Ito ay kakaiba.

"At ano pa ang kailangan ko upang makumpleto ang pagbabago, Rae? Isang espada?"

Habang siya ay nagsalita, isang itim na espada ang lumabas mula sa kanyang kamay na nababalutan ng langgam hanggang ito ay ilang metro sa haba. Kung hindi ko lang nalaman na gawa ito mula sa magkasalabid na mga langgam, hindi ko pa ito mahuhulaan. Mahirap itong talunin.

"O marahil kaya ay isang tungkod."

Napalitan ng mahabang tungkod ang espada habang siya ay nagsalita—ito ay isang bagay na inaasahang hawak ng isang wizard sa isang engkantadang kuwento. Malamang ay nakabasa siya ng ilang kwento dahil maumbok ang dulo ng tungkod na ito.

"Oo, oo. Mas nababagay nga sa akin ang tungkod sa tingin ko."

Tumingin siya pababa sa amin mula sa kanyang platform.

"Magiging masyadong madali na kainin ka ng buhay. Masyadong, masyadong madali. Naghintay ako ng ilang dekada gayon ako ay binabalewala at hindi ginagalang. Mga dekada ng matahimik na sakit na may mga kaibigan lamang sa dumi at kadiliman.

"Hindi, iniisip ko na ang bawat isa sa inyo ay magdudusa ng higit pa. Panoorin ninyo habang bumabasak ang inyong bayan at katatakutan ninyo ako. Matakot kayo sa akin! Dahil ako ang inyong katapusan bago matapos ang linggong ito. Huwag kayong magkakamali tungkol dito."

Tumingin siya sa akin.

"Sa iyo naman Downie. Para sa ginawa mo sa akin ngayon sa harap ng ibang bata, ikaw ay mamamatay na humihiyaw na tinatawag ang iyong ina. Ngunit bale wala na ang iyong mga hiyaw dahil siya din ay magkakaroon ng isang kalagim-lagim na kamatayan sa aking kamay. Dapat mong malaman ito Downie at salaminin mo ang iyong mayabang na pamumuhay."

Pakatapos ay itinaas niya ang kanyang tungkod ng mga langgam at sa isang malakas na pagsulong ng platform na kung saan siya nakatayo, siya ay mabilis na lumayo. Kung anuman ang kanyang ginagawa upang kontrolin ang mga langgam, ito ay nakapagpalipat sa kanya ng mas mabilis kaysa sa mga ginawa nila sa aking hardin. At noong siya ay dumausdos sa tapat ng paaralan at sa labasan ng harapan ng gate, ang bawat isang langgam ay sumama sa kanya.

Matahimik sa bakuran ng paaralan.

ANG PAGPATAY SA MGA LANGGAM

Naging maliwanag ang pagkawasak noong naglaho ang karpet ng mga langgam na kasama si G. Motcher. Ang mga katawan ng mga mag-aaral at mga guro na bahagyang nakain ay nakakalat sa buong palaruan. May isang batang lalaki na kalahating nakalubog sa tibagan ng buhangin, walang duda na sinusubukan niyang makatakas sa kuyog sa pamamagitan ng pag-tunel na una ang ulo sa buhangin.

Ang hubad na buto ng kanyang binti ay testamento sa dunong ng kanyang plano.

May mga ilan na nabuhay. Yaong mga sumisid sa pool ay maayos dahil ang mga langgam ay lumakad lamang sa paligid ng tubig. Ang iba ay umakyat sa mga puno. Kung nasundan man sila o hindi ng mga langgam ay tila depende sa kung nakita man sila o hindi ni G. Motcher sa itaas nito.

Tila malinaw na hindi ang mga langgam ang may kasalanan. Ginagawa lamang nila kung ano ang sinabi sa kanila ni G. Motcher na gawin.

Nahulog si Mark mula sa monkey bars na walang malay at walang paa.

Isang bahay ito ng mga kasindakan. Si Gng. Bryce ay nasuka ng walang babala at ang lahat ng naisuka niya ay pumunta sa kanyang damit. Ang lahat ng ito ay sobra na para sa akin. Maaari na siyang tumawag ng ambulansya upang makatulong sa naglalakad na mga nasugatan. Ang mga iba ay hindi na maaaring matulungan.

Kailangan kong makauwi ng bahay upang balaan si Nanay at si Tatay.

Umalis na kami ni Jack at kinuha ko ang aking bisikleta. Nadaanan namin ang isang mahinang bata habang lumabas kami sa harapan ng paaralan. Malinaw na mayroon siyang parehong ideya ngunit ngayon siya ay isang balangkas at isang uniporme na nakabalot sa isang bisikleta.

Malamang na nahuli siya ng mga langgam.

Nakaraan ng sampung minuto, ako ay bumalik sa Kalyeng Sabot. Tila ako ay nasa takdang oras na si Ama ay nasa harap na labasan at nagbubunot ng ilang mga damo.

"Hoy matie," sinabi niya, malinaw naman na siya ay nasa magandang kondisyon.

"Kumusta po Tatay?" tumugon ako. "Nassan po si Nanay?"

"Pumunta lamang siya sa Deli upang bumili ng gatas. Kumusta ang pag-aaral mo?"

Malinaw na wala silang nabalitaan. Hindi kailanman nonononood ng TV si Tatay tuwing umaga. Ako ay nag-alala kay Nanay. Ang problema sa mga langgam ay ang mga ito ay nasa lahat ng dako. Kung nais ni G. Motcher na hanapin si Nanay ay wala siyang magiging problema sa paggawa nito.

"Babalik po ako sa lalong madaling panahon, Tatay", sinabi ko at pumunta ako pabalik sa pababang kalye at binakas ko ang mga yapak ni Nanay. Pinuntahan ko ang daan sa pagitan ng mga kalye, tumawid ng kalsada at nagsimula sa ikalawang daan pababa sa Deli noong nakita ko si Nanay na kumakaway mula sa dulo ng daan.

"Hi Davey," sumigaw siya, nakangiti. Nagsimula siyang tumakbo ng mabagal patungo sa akin na kung saan ito ay medyo kahanga-hanga para sa isang ina. Nagrelaks ako at naghintay sa kanyang pagdating. Pupunta kami sa isang ligtas na lugar hanggang malutas namin ang problema tungkol sa langgam.

Sa ibaba ng kalsalda, sa may likuran ni Nanay, nakikita ko ang pagkilos ng maliliit na itim. Marahil ito ang mga gumagala na hinahanap si G. Motcher, sa isip-isip ko.

Ngunit ang tagas ng itim ay naging isang buluwak. Isang ilog ng mga langgam ang dumating sa buong sulok ng Deli at papunta sa daan sa likuran ng aking ina. Sumigaw ako at tumingala si Nanay, tuliro, bago nagsimulang bumagsak sa kanyang mukha dahil sa bigat ng ilog ng mga langgam.

"Huwagggggggg," sumigaw ako, alam kung ano ang ibig sabihin nito.

Tumalon ako mula sa aking bisikleta at tumakbo patungo kay Nanay na ngayon ay natatakpan na mga maiitim na pumipintig na kaguluhan. Ito na iyon. Siya ay mahuhubaran bago pa ako makarating sa kanya, naisip ko at nabalisa.

"Nanay, Nanay!" naiyak ako at sumuko sa mga langgam. Tinulak ko ang ilang dakot sa kanila sa isang gilid at dinama ang paligid sa abot ng aking makakaya, kinakakatakutan ang pinakamasamang mangyayari.

Wala. Sa may mga ilang metro ang layo, lumitaw si Nanay sa tuktok ng madilim na agos. Buhay pa siya! Subalit siya ay inilalayo sa akin, itinataas mula sa lupa ng mga milyon-milyong maliliit na itim na paa. Sila ay mas mabilis kaysa sa iniisip mong posible para sa mga langgam at mas mabilis pa kaysa sa maaari kong takbuhin.

Malinaw naman na sinabihan sila na huwag siyang saktan.

Tumakbo ako pabalik sa aking bisikleta at patalon na sumakay dito. Ngunit sa oras na ako ay nakaikot at nakasakay pababa ng daan, nawala na si Nanay at ang mga langgam. Hindi na sila makita.

Nawala na si Nanay.

ANG ZOO

Bumalik ako sa bahay. Umiinom si Tatay ng isang tasa ng tsaa.

"Nasaan ang iyong Ina?" tinanong niya. "Naubusan na tayo ng gatas."

Ipinaliwanag ko kay Tatay ang tungkol kay G. Motcher at ang mga langgam at pati na rin ang nangyaring mga kamatayan sa paaralan. Natanggap niya ito ng bahagya hanggang sinabi ko na sa kanya ang tungkol kay Nanay. Hindi na siya nasiyahan dito.

"Kailangan natin siyang hanapin!"

Isang praktikal na tao si Tatay. Agad siyang naupo na may hawak na mapa ng Brisbane at sinubukang malaman kung saan maaring dalhin si Nanay ng isang baliw na guro na may anting-anting sa mga langgam.

May tatlong posibleng lokasyon na nakita si Tatay. Ang isa ay sa tuktok ng Mt Cootha kung saan ayon kay Tatay ang isang baliw na may isang masamang pagkakilala sa diyos ay maaaring pumunta dahil sa tanawin nito. Ang iba pa ay ang Southbank dahil ito ay nasa gitna ng lahat. At ang ikatlo ay isang lihim na lokasyon na tinatawag na "The Rock Park."

Alam ko ang lugar na ito dahil dinadala ako doon ni Tatay at lumalabas kami ng kotse at nagnanakaw ng mga bato para sa hardin at umaasa na hindi kami mahuhuli.

"Bakit gusto po niya ng mga malalaking bato?" Nalilitong tinanong ko.

"Hindi mga malalaking bato!" sinabi ni Tatay. "Ito ay punso ng langgam. Ang lugar ay punong-puno ng mga ito. Kung gusto niya ng isang magandang pinagkukunan ng mga langgam, dito siya pupunta."

Napagpasyahan naming maghiwalay. Si Tatay ay pupunta sa Mt Cootha at Southbank na sakay ang kanyang lumang kotse. Nais kong pumunta sa Rock Park. Ito ang tanging lugar sa mga tatlong na may kahulugan sa akin at maaari akong makarating doon sakay ang aking bisikleta.

Ngunit kailangan kong makakuha ng mga gamit.

Ibinaba ako ni Tatay sa hardware, kung saan na bumili ako ng ilang mga gamit na inilagay ko sa aking backpack. Ang susunod na hinto, sa lahat ng mga lugar, ay ang lokal na zoo.

Tumingin sa akin si Jacko na parang wala na ako sa aking sarili.

Walangresepsyon. Paraitongisangpampublikong holiday o kaya ay nagkagulo ang mga kawani dahil sa mga namatay sa paaralan. Tumalon ako sa pangunahing bakod at nilampasan ang mga koalas at kangaroos at ang wombat na mukhang yamot, at pagkatapos ay pumunta ako sa hinahanap kong kulungan.

Ito ay walang laman.

Gayunpaman, may isang lagusan sa likod na may dalawang pasukan. Naghintay kami ng limang minuto ngunit walang nangyari.

"Panoorin mo ito, Jack," ang sabi ko at inilagay ko ang aking kamay sa loob ng aking bulsa.

"Ang mga maliliit na mga ito ay ang mga natira sa paaralan."

Inilabas ko ang isang dakot na mga langgam. Lumaki ang mga mata ni Jack at ang kanyang bibig ay kusang umungol.

"Ayos lang ito kaibigan," sinabi ko. "Ang mga ito ay patay na."

Inilagay ko ang mga langgam sa aking kamay at yumukod na paluhod.

Binantayan namin ang lagusan. Pagkalipas ng isa o dalawang minuto, may mahabang ilong na lumitaw sa may sulok bago inilabas ang may mas mahabang dila at binitbit ang patay na langgam mula sa damo.

Nakikita ko ang isang nangangambang Jack na nasa tabi ko.

Ang ilong ay laging gumagapang palabas ng lagusan hanggang sa ito ay nasundan ng isang may mahabang ulo at mabalbon na katawan na may mahabang buntot.

Ang dila ng nilalang ay labas pasok na sumisibad, dinidilaan ang mga bakas ng mga langgam hanggang ito ay patungo sa akin. Sa loob ng ilang sandali, ito ay nasa harap ko na, na malinaw na nasisiyahan sa inihanda at kumakain pa sa aking mga palad.

"Siya ay gutom, Jack," ibinulong ko. "Hindi siya nakakain ng anumang langgam."

Sa gayon, itinali ko sa nilalang ang isa sa mga panliig ni Jacko sa leeg at sinundan ang kanyang hinahantungan.

Si G. Motcher ay maaaring may 10 milyong langgam na kakampi ngunit ako naman ay nagkaroon ng isang gutom na hayop na kumakain ng langgam sa aking panig.

ANG BAHAY NG MGA LANGGAM

Kakaiba kaming pagmasdan, naisip ko sa aking sarili habang ako, ang asong si Jacko at ang isang higanteng hayop na kumakain ng langgam ay lumabas ng zoo patungo sa Rock Park. Ako ay nag-aalala na ang hayop na kumakain ng langgam ay malulungkot ngunit tila hindi niya gusto ang pamumuhay sa isang maliit na kulungan sa zoo. Siya ay gutom.

May mga 20 minuto ang paglakad sa Rock Park. Ito ay isang landas na may mga puno sa labas lamang ng kalsada. Tulad sa pinangalan, maraming mga bato ang makikita dito pati na rin ang punso ng mga langgam na siyang dahilan kung bakit kami ay pumunta dito.

Sabik na nagmadali ang hayop na kumakain ng langgam ngunit walang makita doon.

"Paumanhin, malaking ilong," sinabi ko na medyo walang kagandahang loob. "Sa tingin ko ay may mas nauna pa sa atin dito."

At mula doon nakarating kami sa isang gulod na kung saan ay maaari kong makita ang bahay.

Ito ay itim, purong itim at walang kasintulad na bahay na nakita ko. Wala itong mga pintuan at nakikita ko ang pangunahing silid. Si G. Motcher ay nakahandusay sa isang itim na sopa, kumakain ng mga dakot na tila tulad ng mga langgam sa isang malaki at itim na mangkok. Wala na ang mga langgam na bumabalot sa kanyang katawan ngunit ang kanyang kawaning langgam ay nasa tabi niya. Mayroong pangalawang silid na nakadugtong sa una at sa palagay ko ay dito itinago ang aking ina.

Natagpuan namin siya!

Gumapang ako pababa ng mga burol, maingat na pinanghahawakan ang hantungan ng hayop na kumakain ng langgam. Sa tingin ko ay hindi niya nakikita si G. Motcher at ang kanyang mangkok ng mga langgam ngunit ang kanyang higanteng ilong ay sumisinghot ng paitaas. Alam niya na malapit na siya sa kanyang hapunan.

Hindi ko gusto na sumugod ang hayop na kumakain ng langgam at sirain ang mga plano ko kaya sinabi ko kay Jacko na umupo at hayaan siyang pumunta sa kanyang dapat hantungan. Pagkatapos ay gumapang ako sa buong gilid ng bahay at sumilip sa bintana ng pangalawang silid. Nandoon ang aking ina, nakagapos ng itim na kadena ng mga itim na langgam at may pasal sa bibig na puno ng mga ito. Nakita niya ako sa bintana at ang kanyang mga mata ay mabilis na tumingin ng pakaliwa at pakanan at ikinilos niya ang kanyang ulo na parang may nais siyang sabihin sa akin.

"Ayos lang po, Nanay", ibinulong ko. "Palalabasin po namin kayo mula dito."

Gumapang ako pabalik sa paligid ng harap ng bahay at maingat na tumingin sa paligid ng sulok ng pintuan. Sa pagpapasiya ko sa mga naririnig kong hilik, si G. Motcher ay tulog na. Lumakad ako ng patiyad patungo sa pangalawang silid. Bahagyang natahimik ang sahig sa ilalim ng aking mga yapak at ako ay halos nandoon na nang makarinig ako ng tinig.

"G. Downie," sabi ni G. Motcher, "Inaasahan kita."

Umikot ako at nakita kong gising na si G. Motcher at nakatayo na malapit sa kanyang sopa. Kinuha niya ang kanyang tungkod ngunit hindi siya mukhang mahirap talunin kung wala ang tulong ng kanyang 10 milyon na langgam.

"Paumanhin na nasipa kita," sinabi ko. "Ngunit ito ay naging sobra na. Kailangan mong ibalik sa akin ang aking ina."

Tumingin si G. Motcher sa akin. "Hindi ito maaring mangyayari, maliit na batang lalaki. Wala sa inyong dalawa ang lilisan ng bahay ngayon."

Tiningnan ko siya muli.

"Nakalimutan mo ba na kanina lamang ng umaga tinalo kita sa obalo sa paaralan, G. Motcher?" Sinabi ko at pakiramdam ko ay bigla akong tumapang. "Gusto mo bang sipain kita muli? Gusto mo ba iyon?

Hindi ka nakakatakot kung wala ang iyong mga langgam, hindi ba?"

Tumingin si G. Motcher sa akin at natawa.

"Kapag wala ang aking mga langgam? Ah ang aking batang lalaki. Kahit kailanman ay hindi ako nawawalan ng mga langgam!"

Sa gayon, itinaas niya ang kanyang tungkod ng mga langgam at ang kanyang isa pang braso at malalim na nag-isip. Nagsimulang nayanig ang bahay ng bahagya at nagtaka ako kung ano ang nangyayari.

"Hindi kailanman na nawalan ako ng mga langgam, batang lalaki," sinabi niya na may kabaitan.

Pagkatapos ay gumuho ang bahay. Naglagaylay ang mga pader papunta sa sahig at pira-pirasong bumagsak ang bubong. Kahit ang sopa ay unti-unting natunaw. Itinaas ko ang aking mga kamay at tinakpan ang aking ulo upang protektahan ang aking sarili ngunit hindi ko talaga maunawaan kung ano ang nangyayari.

Sa loob ng ilang sandali natapos na ang lahat. Nasa paligid ko ang bahay at nakikita ko si G. Motcher na hawak ang kanyang tungkod at kasama ang aking ina na napapalibutan ng itim na mga labi ng kanyang silid.

Itinaas ni G. Motcher ang kanyang tungkod ng mas mataas pa at ang itim na mga durog na bato ay naging likido na tulad ng sa paaralan at bumuluwak ito sa kung saan siya ay nakatayo.

Naku, sa isip-isip ko. Ang bahay pala ay yari sa mga langgam.

Napapalibutan na si G. Motcher ngayon ng karimlan at itinaas siya ng mga ito sa platform tulad ng nangyari kaninang umaga. Ang lahat ng mga langgam sa bahay ay kasama niya ngayon at siya ay lubos na nasisiyahan sa kanyang sarili.

Bahagyang sinadya niyang magsalita.

"Ngayon. Ikaw. Mamamatay ka."

Itinaas niya ang kanyang tungkod sa huling pagkakataon noong nagsimulang mayanig ang kanyang platform at narinig ko ang kahol.

Si Jacko at ang hayop na kumakain ng langgam.

Ang hayop na kumakain ng langgam ay masaya sa kanyang sarili at nagsimula itong kainin ang sulok ng platform ni G. Motcher. Kahit saan siya pumunta ay gumuho ang mga langgam sa pagkaayos nito at nagpupumilit itong makalayo sa makaskas na dila. Malinaw na ang genetikong takot nila sa mga hayop na kumakain ng langgam ay may kakaibang kontra sa katapatan kay G. Motcher.

Pagkatapos ng ilang sandali ng panginginig, gumuho ang platform ni G. Motcher at kahit ang kanyang tungkod ay lumaylay. Siya ay nahulog sa lupa at ang mga langgam ay nagsimulang pumunta sa lahat ng direksyon at nawasak ang kanyang paghawak sa kanila.

"Hindi ka na ngayon matalino, G. Motcher?" sinabi ko at pumunta ako sa aking ina. Nasira ang kanyang mga gapos sa pagdating ng hayop na kumakain ng langgam at niyakap niya ako na kung saan ay bahagya itong nakakahiyang pangyayari.

"Hindi pa ito ang katapusan, batang lalaki," sabi ni G. Motcher at hinila niya ang kanyang sarili na palayo sa lupa. Lumakad siya ng ilang metro ang layo sa bahay at kumuha ng isang bato mula sa kung saan, matapos ang lahat, ito ang Rock Park.

Sadyang lumakad siya patungo sa hayop na kumakain ng langgam na sa lahat ng panahon ay nagpipista hanggang pinukpok ni G. Motcher ng bato ang ulo nito. Sumukot ako para sa aking mabalahibo kaibigan bagaman sa isip ko ay hindi ito napatay. Tiyak na hindi ito gising.

Hinawakan ang ilong at dinampot ito ni G. Motcher at itinaas upang makita ng mga langgam.

"Narito ang inyong minanang kaaway!" sumigaw siya at itinapon ang walang malay na hayop na kumakain ng langgam at inilayo sa bahay. Ito ay bumagsak ng pabaligtad sa damuhan, malinaw na hindi na kaya nito kumain ng kahit ano pa.

Malinaw na sumang-ayon ang mga langgam dahil makalipas ng ilang sandali sila ay nagpangkating muli at nagkuyod sa ilalim ni G. Motcher na bumalik sa kanyang platform. Itinaas niya ang kanyang kamay at ang isang manipis at itim na nagngingitngit na linya ng masa ay lumabas at naghugis tungkod.

Tinuro niya ang tungkod sa hindi gumagalaw na hayop na kumakain ng langgam at ang isang sankay ng platform ay nawasak at kumilos patungo sa kanya.

"Huwag!" Napaiyak ako. Ngunit ito ay huli na—binalutan ng kuyog ang aking mabalahibong kaibigan sa isang maitim na siklab ng galit.

Oras na para sa planong B, naisip ko habang pinasok ko ang aking kamay sa loob ng backpack. Ang mga bagay na binili ko sa hardware ay apat na pambomba sa insekto para sa pangpapausok sa bahay at pati na rin ang ilang spray na idinisenyo para sa pagpatay ng mga langgam.

Na-set ko sa ON ang mga pangpausok at ang bawat isa ay nagspray ng mga lason sa hangin.

Pinigilan ko ang aking hininga, at tumakbo si Jacko upang siya ay masukloban. Ako ay lumakad ng pasulong na may hawak ng isang pang-insektong spray sa bawat kamay at nagspray sa maitim na ulap ng mga langgam at nakapokus ako sa kuyog na nakapalibot sa hayop na kumakain ng langgam.

Hindi natatakot sa spray ang mga langgam ngunit dapat ay matakot ito. Sa loob ng ilang sandali, ang mga milyon-milyong mga bangkay ng langgam ay nanatili at ang platform ni G. Motcher ay gumuho muli. Ang mga langgam na nasa aking kaibigan ay natumba at nabunyag ang isang balangkas na sagad sa buto.

Huli na ako at lumuhod ako sa tabi ng kanyang mga labi. Kahit ang kanyang mahabang dila ay nawala din. Masyado na itong nakakalungkot at napaluha ako at nag-isip tungkol sa mga pangyayari. Mabuti na ito ay walang malay habang siya ay kinakain, naisip ko nang may isang bato na bumagsak sa gilid ng aking ulo.

Nagising ako matapos ang mga ilang sandali at nahihilo pa. Nakabulagta ako sa tabi ng balangkas ng hayop na kumakain ng langgam. Si G. Motcher ay nakatayo na may hawak na bato.

"Sa tingin mo ba maaari mong talunin ako gamit ang spray ng langaw?" sumigaw siya. "May 10 kuwadrilyon na mga langgam sa mundo at sa tingin mo ay maaari mo akong matalo sa pamamagitan ng spray ng langaw?"

Sa gayon, hinawakan niya ang bato na mas mataas sa kanyang ulo at tumalon sa hangin para ibagsak ito sa aking bungo. Sa pagkawalang-taros ko pinakiramdaman ko ang paligid at inagaw ko ang isang malaking tadyang mula sa balangkas ng hayop na kumakain ng langgam at hinawakan ito ng paharap sa akin habang siya ay bumabagsak.

Tumusok ito sa kanyang dibdib at nahulog ang bato sa isang gilid na walang napinsala.

Ang kanyang katawan ay nasa ibabaw ko at itinulak ko siya habang hawak niya ang buto na tumusok sa kanyang dibdib at nagsimulang mag-agos ng dugo. Dinampot ko ang bato na gagamitin niya sa pagpatay sa akin at hinawakan ko ito sa itaas ng kanyang ulo.

"Ito ay para sa pagpatay mo sa aking hayop na kumakain ng langgam," ibinulong ko at ibinagsak ko ito sa kanya.

Iniwan namin ni Nanay at Jacko si G. Motcher doon sa kanyang mga milyon-milyong mga patay na mga kaibigan at lumakad kami ng malayo pabalik sa bahay.

Made in the USA
Monee, IL
23 August 2025

24039220R00036